ದಿನಕ್ಕೊಂದು ಕವಿತೆ-ಭಾಗ ೧

ಡಾ. ನಾಗಲಕ್ಷ್ಮಿ ಕೆ.ಪಿ.

ಸರ್ವೇಶ್ವರನ ಪದತಲಕ್ಕೆ ಸಮರ್ಪಿತ.

ಪರಿವಿಡಿಗಳು

ಪರಿವಿಡಿಗಳು

ಪರಿವಿಡಿಗಳು

ಪರಿವಿಡಿಗಳು

ಮುನ್ನುಡಿ

ಮುನ್ನುಡಿ ಎಂದು ನಾ ಏನ ಗೀಚಲಿ?! ಮುಂಬರುವ ನುಡಿಗಳನ್ನು ಓದುಗರು ಓದಿ ಪ್ರೋತ್ಸಾಹಿಸಿದರೆ, ಅದೇ ಈ ನುಡಿಗಳಿಗೆ ಸಾರ್ಥಕತೆ.

ಪ್ರಸ್ತಾವನೆ

ಮತ್ತೆ ಬರುತಲಿದೆ
ಪದಗಳ ಹರಿವು
ಈ ಭಾರಿ ಅದು
ಅತಿವೃಷ್ಟಿಯೋ ಏನೋ
ನನಗಿಲ್ಲ ಅರಿವು!
ಕವಿಯಾಗುವ ಹಸಿವು,
ಮರೆಸಿದೆ ಪದಗಳ ಮರೆವು
ಮೆರೆಸಿದೆ ಮನದ ಈ ಮಿಡಿತ
ಕನ್ನಡಾಂಬೆಯ ಕೂಗಿಗೆ
ಓ ಗೊಡುವ ತುಡಿತ.

1. ಪ್ರಾರ್ಥನೆ

ವಕ್ರತುಂಡನೆ,
ಮಹಾಕಾಯನೆ
ಗೌರಿ ತನಯ,
ಗಜಾನನ

ಗಣಗಳ ಅಧಿಪತಿ
ನೀಡು ನೀ ಸದ್ಗತಿ
ಕೈ ಮುಗಿದು ಬೇಡುವೆವು
ವಿಘ್ನ ವಿನಾಶಕ

ಮೊರದಗಲಗದ ಕಿವಿ
ಕೈಯಲ್ಲಿ ಮೋದಕ
ಮೂಷಿಕ ಸವಾರನೆ
ನಾಟ್ಯವಾಡುತ ಬಾರೋ

ಬಾಲ ಗಣೇಶ
ಪಾಶಾಂಕುಶಧರ
ಹೊಟ್ಟೆಗೆ ಕಟ್ಟಿಹ ಹಾವ
ನೀನೇ ಲಂಬೋದರ

ಆನೆ ಮೊಗದವನೆ
ಎಮಗೆ ಅಕ್ಷಯವ ತಾರೋ

ವಿದ್ಯಾದಾಯಕನೆ
ಮುದ್ದು ಮುಖ ತೋರೋ

ಗಜವದನ, ಹೇರಂಬ
ಮನದಿ ನಿನ್ನದೆ ಬಿಂಬ
ಸಲಹೋ ಸದ್ಗತಿಯ ಕೊಟ್ಟು
ಹೇ! ವಿನಾಯಕ

2. ಅಮ್ಮ

ಮನೆಯ ಪಡಸಾಲೆಯಲ್ಲಿ
ಅಂಗಳದ ನಡುವಿನಲ್ಲಿ
ಜಗುಲಿಯ ಕಟ್ಟೆ ಮೇಲೆ
ಬಿಳಿಯ ಸುಣ್ಣದ ಗೋಡೆಮೆಲೆ
ಪ್ರತಿ ಬಿಳಿಯ ಹಾಳೆ ಮೇಲೆ
ನೀನು ಕಲಿಸಿದ ಪ್ರತಿ ಪದವು
ಪ್ರತಿ ಹಾಡು, ಪ್ರತಿ ಪಾಠ
ಕೇಳುತಿತ್ತು, ಮೂಡುತಿತ್ತು
ಆ ದಿನಗಳ ನೆನೆಸುತಿತ್ತು

ಮನೆಯೆ ನನ್ನ ಪಾಠಶಾಲೆ
ನೀನೆ ನನ್ನ ಮೊದಲ ಗುರುವು
ನಿನ್ನ ಸೀರೆ ಸೆರಗ ಹಿಡಿದು
ಕಲಿತ ಮಾತು, ನನ್ನ ಭಾಷೆ.
ನಿನ್ನ ಶಿಷ್ಯೆ ಆಗೆ ಉಳಿವೆ
ಇದೇ ನೋಡು ನನ್ನ ಆಸೆ

3. ಬಾಣ - ಹಾಡು

ಎಂದೋ ಬಿಟ್ಟ ಬಾಣ,
ಅಂದು ಹಾಡಿದ ಹಾಡು,
ಸಿಗುವುದಿಲ್ಲ ಮರಳಿ,
ಎಂದೆನಿಸಿತು ಎನಗೆ.

ಅಂದು ಗುನುಗಿದ ಹಾಡು
ಇಂದು ಹರಿಯಿತು ಮುದದಿ
ನನ್ನ ಗೆಳತಿಯ ಸವಿ ಸ್ವರದಿ
ಎಳೆ ಎಳೆಯಾಗಿ
ಒಂದು ಸಾಲು ಮೀರದೆ!

ಹೀಗೆ ದಿನ ಕಳೆಯೇ
ಒಂದೊಮ್ಮೆ ಎನಗೆ
ಕಾನನದ ನಡುವೆ
ಸಿಕ್ಕಿ ತಾ ಶರವು
ನನ್ನ ಅಚ್ಚರಿಗೆ!

ಗುಂಡಗಿನ ಪೃಥ್ವಿಯಲ್ಲಿ
ಅರಿವು ಮೂಡಲಿ ನಮಗೆ
ಸೂತ್ರ ದಾರಿಯು ಅವನು
ಪಾತ್ರದಾರಿಗಳು ನಾವು

ಡಾ. ನಾಗಲಕ್ಷ್ಮಿ ಕೆ.ಪಿ.

ಸಾಗರದಾಳದಲ್ಲಿ
ಏನೂ ಉಳಿಯದು.
ತನ್ನ ಗರ್ಭದಲ್ಲಿ
ಆಕೆ ಏನೂ ಹುದುಗಿಸಲು!

ಅಂದು ಬಿಟ್ಟ ಬಾಣ,
ದಟ್ಟ ಕಾನನದಿ
ಎಂದೋ ಹಾಡಿದ ಹಾಡು,
ಅವಳ ಕೊರಳಿನಲಿ
ಮರಳಿ ಸಿಕ್ಕಿತು ಎನಗೆ
ನನ್ನ ಅಚ್ಚರಿಗೆ!

4. ಮರಳಿ ಮಣ್ಣಿಗೆ

ಏಳುಬೀಳುಗಳ
ಕೊಳೆಯ ತೊಡೆದು
ಬೀಳುತೇಳುತಲಿ
ಮೈದಡವಿ
ಸಾಗುತಿದೆ
ಪಯಣವಿದು
ಮರಳಿ ಮಣ್ಣಿಗೆ

ಮಣ್ಣ ಗೊಂಬೆಯದಕೆ
ಸಿಂಗಾರ ತಾ ಮಾಡಿ
ಜೀವವಿತ್ತಿಹ ಶಿವನು
ಮಾಯಲೋಲ ನಿಪುಣನು

ಕಾಯಕವೇ ಕೈಲಾಸ
ಕೈ ಕೆಸರೆ ಬಾಯಿ ಮೊಸರು
ಮಣ್ಣೆ ನಮಗೇ ಭಿಕ್ಷೆ
ಅನ್ನ ನೀಡುವ ಶ್ರೀ ರಕ್ಷೆ

ಮಣ್ಣಿನಿಂದ ಬಂದಿಹ ನಾವು
ಮರಳಿ ಮಣ್ಣಿಗೆ ಸೇರಲು ಬೇಕು
ನಡುವೆ ತಾತ್ಸರ, ಮತ್ಸರ, ಸಮರ
ಕಾಯದ ಆಡಂಬರ!

ಡಾ. ನಾಗಲಕ್ಷ್ಮಿ ಕೆ.ಪಿ.

ಮರಳಿ ಮಣ್ಣಿಗೆ ಪಯಣ
ಸಾಗುತಿದೆ ಪ್ರತಿ ದಿನ
ಇಂಚಿಂಚು ಸವೆಯುತಿದೆ
ಇದರ ಕಿಂಚಿತ್ ಜ್ಞಾನ ನಮಗಿಲ್ಲದೆ!

5. ಶ್ರೀ ರಂಗ

ಒಂದೇ ದೋಣಿಯ
ಸವಾರರು ನಾವು
ನಾವಿಕನು ಆತ
ಶ್ರೀ ರಂಗನಾಥ

ಅವ ನಡೆದಲ್ಲಿ
ನಮ್ಮ ನಡೆ
ಸುರುಳಿ ಸುತ್ತತಲಿದೆ
ಎಲ್ಲ ಕಡೆ!

ಅತ್ತ ಘೋರ ಮಕರ
ಇತ್ತಲೊಂದು ವರ್ತಿನಿ
ನಡುವೆ ನಡೆದಿಹುದು
ಬರಿ ಆತನಾ ಚಾಲನೆ

ಸಿಲುಕದೆ ತಡೆಯಲ್ಲಿ
ನಡೆಸಿಹನು ನಮ್ಮ ಮುಂದೆ

ಅಂಬಿಗನ ನಂಬಿದರೆ
ನಮಗಿಲ್ಲ ಚಿಂತೆ
ದಾಟಿಸುವ ತ್ವರೆ ಮಾಡಿ
ಈ ಜಗದ ಸಂತೆ!

6. ಈಶ

ಮೋಸದ ಕೂಪದಲಿ,
ಈಶನ ಹುಡುಕಿಹೆ ನಾ
ಲೇಸಾಗಿ ಸಲಹೊ
ಜೀವವ ಹುಡುಕಿದೆ ನಾ

ಕಾನೂನು ದೇವಿಯೇ
ಕಣ್ ಪಟ್ಟಿ ಕಟ್ಟಿಹಳು
ಇನ್ನು ಮೋಸವ
ಎಲ್ಲಿ ನೋಡಿಯಾಳು?

ಮೋಸ, ದ್ವೇಷ, ರೋಷಕ್ಕೆ
ಹಾಕಬೇಕಿದೆ ಕಡಿವಾಣ,
ಈಶನಲಿ ಪ್ರಾರ್ಥಿಸಿಹೆ
ಮಾಡಲೆಂದು ರಕ್ಕಸರ ಮರ್ದನ!

ಶಬ್ದ ಕೊಂಚ ಕಟುವಾಗಿಹುದು
ಕಟುವಾದರು ಇದು ಸತ್ಯ!
ಕಾಯುವ ಕೈ ಶ್ರೀ ರಕ್ಷೆಯಾಗಲಿ
ಎಮಗೆ ದಿನ ನಿತ್ಯ.

7. ವೆಂಕಟನಾಥ

ತುಂತುರು ಮಳೆ ನೀರು
ಯಾರೋ ಚೆಲ್ಲಿದ್ದಂತೆ ಪನ್ನೀರು
ಬೆಟ್ಟದ ಒಡೆಯನ
ನೋಡುವ ಆತುರ
ಮನದಿ ಶಾಂತತೆ,
ಏಕೀ ಕಾತುರ?
ನೀಳಕಾಯದವನಾತ
ವಿಮಾನ ಗೋಪುರದಿ ರಾರಾಜಿಸಿಹ
ಬಕುತರರಿಗೆ ಅಭಯವನಿತ್ತು
ಸಲಹುವ ಸದಾಕಾಲ ವೆಂಕಟನಾಥ
ಸಂಕಟವ ಕಳೆಯುತಲಿಹ
ಶಂಕ ಚಕ್ರವ ಪಿಡಿದು
ಪದುಮಲೋಲನಾದ ಶ್ರೀಗೆ ಮಣಿದು
ಸಹಸ್ರ ಪದಸಾಲದು
ಅವನ ಹಾಡಿ ಹೊಗಳಲು
ಕಿಂಚಿತ್ ಹುಲು ಮಾನವನು ನಾನು
ವೈಕುಂಟದ ವೈಭವ ನಾ ಏನ ಬಲ್ಲೆ?
ಆತನಿರುವುದು ಖಚಿತ ನಮ್ಮ ನಿಮ್ಮಲ್ಲಿ!
ಮತ್ಸ್ಯ, ಕೂರ್ಮ, ವರಾಹಾದಿ ಯುಗದಲೂ
ವಿಜ್ರಂಭಿಸಿದ ಸಾಲಿಗ್ರಾಮ ಶಿಲೆ
ಇದ ಪಾಡಿ ಪೊಗಳಲೇ?
ಇಲ್ಲಾ ಬೆಟ್ಟದೊಡೆಯನ ಪಾದ ಸೇವಿಸಲೇ?

ಡಾ. ನಾಗಲಕ್ಷ್ಮಿ ಕೆ.ಪಿ.

ಆತನಿಗೆ ಅವನೇ ಸಾಟಿ
ಭಕ್ತಿ ಪರಾಕಾಷ್ಟಗೆ
ಮಣಿವ ಅಂತರ್ಯಾಮಿ
ಲಕ್ಷ್ಮೀಕಾಂತ, ಶ್ರೀ ಅಚ್ಯುತ
ಕರವರವ ಪಿಡಿದು ಸಲಹುವನಾತ
ಶಾಂತ ಚಿತ್ತ!

8. ನಂಬುಗೆ

ನಿನ್ನ ಪಾದದಡಿಯಲ್ಲಿ
ನಾ ದೀಪ ಹಚ್ಚಿರುವೆ,
ನನ್ನ ಬಾಳುವೆಯಿದು
ನೀ ತೋರ್ದ ಹಾದಿಯಲಿ
ನನ್ನ ನಡೆ.
ಎಂದೂ ಕೈ ಬಿಡದಿರು
ಇದೊಂದೇ ಕೋರಿಕೆಯು
ನನ್ನಲಿ ನಂಬುಗೆ ಕ್ಷೀಣಿಸಿದರೆ
ನಿನ್ನಲಿ ನಂಬಿಕೆ ಕ್ಷೀಣಿಸಿದಂತೆ!
ಆತ್ಮ ನಾ, ಪರಮಾತ್ಮ ನೀ.
ನನ್ನ ಹೃದಯದಿ ನೀ,
ನಿನ್ನ ಪದತಲದಲಿ ನಾ.

೯. ಪರದೆ

ಹೃದಯದ ಪರದೆಯ ಮೇಲೆ
ನಾ ಏನ ಗೀಚಲಿ ಇಂದು?
ಬಿಡಿಸಿದ್ದೆಲ್ಲಾ ಚಿತ್ರ
ಮಸುಕು ಮಸುಕಾಗುತಿದೆ
ಆ ಕೆಂಪು ಸೂರ್ಯ,
ಇನ್ನಿಲ್ಲ ಈಗ,
ಹಾರುತಿಹ ಬಾನಾಡಿಗಳ
ರೆಕ್ಕೆ ಪುಕ್ಕ ತರಚಿದೆ,
ಹಚ್ಚ ಹಸುರಿನ, ಹೆಸರು
ಮಾಯವಾಗುತಿದೆ,
ಕುಂಚಕೆ ಕೊಂಚ
ಮಂಪರು ಬಡಿದಿದೆ
ಬಣ್ಣದ ಭಾವವ
ಯಾಚಿಸುತಲಿದೆ!

10. ದಾರಿ ದೀಪ

ಏನೋ ಹುಡುಕುತಲಿಹೆ
ಕತ್ತಲಿನ ಹಾದಿಯಲಿ
ಕಾಲಿಗಡಚಿದ ಗಾಜಿನ ಚೂರು
ಹೇಳುತಿಹುದು,
ಸಾಕು ನಿಲ್ಲೆಂದು!
ಆ ಗಾಜಿಗೆ ತಿಳಿಯದೆ,
ಅದು ನಾ ಹಿಡಿದ ಲಾಂದ್ರದ
ಭಾಗವಾಗಿತ್ತೆಂದು?!
ಫಳ್ ಎಂದು ಭುವಿಗೆ ಬಿದ್ದು
ಚೂರು ಚೂರಾದರು
ಅದಕಿಲ್ಲ ನೋವು
ತಾ ಉರಿದರು, ಅಳಿದರು
ದಾರಿ ದೀಪವಾಗುತಲಿಹುದು!

11. ಮಣ್ಣಿನ ಖಣ

ಕಾರ್ಮೋಡ ಭೋರ್ಗರೆದು
ಕಣ್ಣೀರಿಟ್ಟಿದೆ, ಕತ್ತಲ ಆಗಸದಿ
ಚಂದ್ರಮನ ಮರೆ ಮಾಚಿದೆ
ತಾರೆಗಳು ಕಾಣೆಯಾಗಿವೆ
ಮಿಂಚೊಂಮ್ಮೆ, ಸಿಡಿಲೊಮ್ಮೆ,
ಗಡಗಡ ಗುಡುಗು ಮಗದೊಮ್ಮೆ,
ಏಕೀ ಪ್ರತಾಪ? ಯಾರ ಮೇಲಿನ ಕೋಪ?
ಎಂದು ಕೊಂಚ ಮೆಲು ದನಿಯಲೆ
ಕೇಳಿದಳು ಧರಿತ್ರಿ!

ಮನುಜ ಅಗೆದನು ನಿನ್ನ
ಖನಿಜ ಲವಣಕೆ ಹಾಕುತಲಿ ಕನ್ನ
ಏನ ಮಾಡಿದೆ ನೀನು
ಬರಿ ನೀಡಿಹೆಯ ಚಿನ್ನ!
ಪ್ರತಿ ವೃಕ್ಷಕಿಟ್ಟನು ಕೊಡಲಿ
ನದಿಯ ನೀರಿಗು ಬೇಲಿ
ಯಾಕಗುತಿಹೆ ನೀ ಬಲಿ
ನೀನಲ್ಲ ತಬ್ಬಲಿ, ನಾನಿರುವೆ ನಿನಗೆ
ನನ್ನೊಳಗಿನ ಒಂದೊಂದು ಹನಿ
ನಿನಗಾಗಲಿ ಜೀವದಾನ

ಅಲ್ಲೊಂದು ಭೂಕಂಪ

ಇಲ್ಲೊಂದು ಜ್ವಾಲಾಮುಖಿ
ಎಲ್ಲವೂ ನಿನ್ನಲಡಗಿಹುದು
ನೀ ತಾಯಿ ನಿಜವಮ್ಮ
ಮಕ್ಕಳ ಕಾರ್ಯವನು
ಇವರೆಲ್ಲ ನಿಭಯಿಸಬೇಕಮ್ಮ
ಇಲ್ಲದಿರೆ ಅಲ್ಲೊಂದು ಪೆಟ್ಟು
ಇಲ್ಲೊಂದು ಏಟು, ಬೇಕಲ್ಲವೇನಮ್ಮ?!

ಆಗದಿರು ಅಬಲೆ
ನೀನೆಂದು ಸಬಲೆ
ಮನುಕುಲದ ಅಮ್ಮ
ಮನುಜ ಮಣ್ಣಿನ ಖುಣ
ತೀರಿಸಬೇಕಮ್ಮ!

12. ಧನ್ಯತೆ

ಎಡವಿ ಬಿದ್ದಾಗ
ನಗೆಯಾಡುವರ ಮುಂದೆ
ಕೈ ಹಿಡಿದು ಮೇಲೆತ್ತಿದರು

ಮುಂದಿನ ಹಾದಿ ಹೇಗೋ ಎಂದು
ಮನದಲಿ ಮುಮ್ಮಲ ಮರುಗಿದಾಗ
ಬೆನ್ನು ತಟ್ಟಿದರು, ಬೆಂಗಾವಲಾದರು

ಮಸುಕು ಹಾದಿಯಿಂದು
ಹೆಜ್ಜೆಯಿಡಲಂಜಿದೆ
ಸಮಕಾಲೀನರಾದರು
ಕೈಹಿಡಿದು ನಡೆಸಿದರು

ಎಷ್ಟೋ ಸಂದರ್ಭದಲ್ಲಿ
ನಾನೊಬ್ಬಳೇ ಎಂದೆನಿಸಿದಾಗ
ಅಬಲೆಯಲ್ಲ ನೀ ಸಬಲೆ
ಎಂದು ಕೂಗಿ ಹೇಳಿದರು

ಅವರಿಗೆ ನಾ
ಚಿರಋಣಿಯು ಎಂದೆಂದು
ಮನದಲಿ ಧನ್ಯತೆಯ ರೂಪ
ಚಿರವಾಗಲಿ ಸದಾ ಇಂದು

13. ಬಿನ್ನಹ

ಏಸು ಧನಕನಕ
ರಾಶಿ ಹಾಕಿದರೇನು
ಏಸು ಜಪ ತಪಗೈದು
ಈಶನ ಬೇಡಿದರೇನು
ಈಸು ಕಾಲವದು
ಕ್ಲೇಶ ನಾಶವಾಗದಿರೆ?

ದಾಸನಾಗದೆ ನೀನು
ಲೇಸಾಗುವೆಯೇನು
ಒಮ್ಮೆ ಆಲಿಸಿ ನೋಡು
ನಿನ್ನೊಳಗಿನ ಭಾಷೆಯನು
ಬಿನ್ನಹವಿದು ಕೂಡಲೆ
ತ್ವರೆ ಮಾಡು ಬಂಧು

14. ಸಾರ್ಥಕತೆ

ಯಾರೋ ನೆಟ್ಟ ಗಿಡ
ಇಂದು ಫಲ ಬಿಟ್ಟಿದೆ
ಯಾರದೋ ಶ್ರಮವು
ಅನುಭವಿಸುವಾತನೆ ಬೇರೆ
ನಿಸ್ವಾರ್ಥದ ಬದುಕು
ಇದುವೆ ಅಲ್ಲವೆ,
ತನಗಲ್ಲದಿದ್ದರು
ಪರರಿಗೆ ನೆರವಾಗುವುದು.

15. ವರ

ಕ್ಷಣ ಕ್ಷಣದ ಬದುಕಿದು
ಈ ಕ್ಷಣವು ನಿಜ ಮಾತ್ರ
ಮರುಕ್ಷಣವು ಭವಿಷ್ಯ
ವರ್ತಮಾನದಿ ಬದುಕು
ಭೂತವದು ಗತಿಸಿಹುದು
ಕಳೆದುದನು ಕಳೆದು ಬಿಡು
ಈ ಕ್ಷಣದಲಿ ಬದುಕು
ಅಳಿದುಳಿದ ಸಮಯವೆ ಬಾಳು
ಅದರಲೆ ಶಾಂತಿ ಅಡಗಿಹುದು
ಖುಷಿಯ ಗುಣಿಸುತಲಿರೆ
ದುಃಖಕೆಲ್ಲಿದೆ ಪಾಲು?
ಜೀವನವು ಗೋಳಲ್ಲ
ಅವನಿತ್ತ ವರವು!

16. ಮಗಳು

ದುಗುಡ ತುಂಬಿದ ಮನಕೆ
ತಂಪನೆರೆಯುವಳು
ಕಿರು ನಗೆಯ ಬೀರುವಳು
ಮನದಂಗಳದ ಹೂವಿವಳು
ಮಗಳು

ದಣಿದ ದೇಹಕ್ಕೆ
ಹೆಗಲಾಗುವಳು
ಹುಸಿಯಾಡದಿರು ಮನುಜ
ಜವಾಬ್ದಾರಿಯಲ್ಲ ಇವಳು
ಮಗಳು

ಮಗನಾಗಲಿ, ಮಗಳಾಗಲಿ
ಮಗುವಾಗಲಿ, ನಗುವಾಗಲಿ
ಮನೆ ಬೆಳಗುತ, ಸುಖವಾಗಲಿ
ಮನೆ- ಮನ ಬೆಳಗುವಳು
ಮಗಳು

17. ಅಳಿದು ಉಳಿದವರು

ಎಂಟೆದೆಯ ಬಂಟರು
ನೆಂಟಸ್ತಿಕೆ ತೋರುವೆನೆಂದು
ಕಪಟ ತಾನಾಡಿದಕೆ
ಮರುತ್ತರ ನೀಡಿದರು
ಇವರೇ ಅಳಿದು ಉಳಿದವರು

ಸ್ವಾತಂತ್ರ್ಯದ ಕಿಚ್ಚು ಹಚ್ಚಿದವರು
ಪರಾತಂತ್ರ್ಯ ವ ಕಿತ್ತೊಗೆದವರು
ನೆಲದ ಕಂಪು ಪಸರಿಸಿದವರು
ತಾಯಿ ಭಾರತಿಗೆ ತಂಪನೆರೆದವರು
ಇವರೇ ಅಳಿದು ಉಳಿದವರು

ಅಳಿದರೂ ಇಂದು
ನಾಡಿನ ಪ್ರತಿ ಮನದಿ
ಬೇರು ಬಿಟ್ಟಿಹರು
ಇವರೇ ಅಳಿದರೂ
ಸದಾ ಜನ್ಮಭೂಮಿಯಲ್ಲಿ
ಉಳಿದವರು!

18. ಹೆಸರು

ನಮಗ್ಯಾಕೆ ಹೆಸರಿನಾ ಕೊಸರು?
ಎಂದೋ ಬೆಳೆದು, ಇಂದು ಹೂ ಬಿಟ್ಟ ಗಿಡ
ಹೇಳೀತೆ ತನ್ನ ಹೆಸರ
ಶಿವನ ಪಾದ ಸೇರುವ ಮುನ್ನ?

ಯಾವ ಹೂವು, ಯಾರಿಗೆ ಮುಡಿಪು?
ಅದು ಮದುವೆಗೋ, ಇಲ್ಲಾ ಮಸಣಕೋ
ಹೇಳೀತೆ ತನ್ನ ಹೆಸರಾ
ಕನ್ಯೆ ಮುಡಿವ ಮುನ್ನಾ?
ಅಥವಾ ತಾ ಮಡಿವ ಮುನ್ನ?

ನೊರೆ ಹಾಲು ಕರೆದಾಗ,
ಹಸುವು ತಾನೆಂದೀತೆ,
ಹೇಳು ನನ್ನ ಹೆಸರ
ಪ್ರತಿಬಾರಿ ಹಸುಗೂಸಿನ
ಹಸಿವು ಕಳೆದಾಗ

ಬಿಸಿ ಬೇಗೆ, ಸುಡು ಸೂರ್ಯ
ನೆತ್ತಿಯಲಿ ನಿಂತಾಗ
ಎಳನೀರು ಸಿಹಿ ಅಹುದು
ಎಂದು ಭಾವಿಸಿ ತಾನು
ಬಾಯಾರಿಸಿಕೊಂಡಾಗ

ಎಲ್ಲೋ ನಿಂತ ನಾರಿಕೇಳ
ಕೂಗೀತೆ ತನ್ನ ಹೆಸರ?

ಇಂದು ಭೂಮಿಗೆ ಬಂದು
ಮುಂದೆ ಇರುವೆನೊ ಅರಿಯದೆ
ಅವನ ಚಂದಕ್ಕೆ ಕುಣಿವ ನಾವು
ನನ್ನ ಹೆಸರು ತನ್ನ ಹೆಸರೆಂದು
ಕೆಸರು ಗದ್ದೆಯಲಿ ಮಿಂದು
ಮೇಲೆಳದೆ ಮಲಗಿ
ಇತರರಿಗು ರಾಚಿದರೆ
ಮೆಚ್ಚಿಹನೆ ಆತ?

ಒಮ್ಮೆ ಯೋಚಿಸಿ ನೋಡಿ
ಹೆಸರಿಗೂ ಹೆಸರಿಲ್ಲದಂತಾಗುವುದು
ಕೊನೆಗೆ ಹಸಿರು ಮಾತ್ರ ನಿಂತು
ನೀ ನಶ್ವರ, ನಾ ಶಾಶ್ವತ
ಎಂದು ತೋರುವುದು!

19. ಶಿಲ್ಪಿ

ನಾನೆಂದೆ,
ನಾ ದೇಹ, ನೀ ಉಸಿರು
ನನ್ನ ಮನದಿ ನಿನ್ನ ಹೆಸರು
ನಾ ಬೆಂಕಿ, ನೀ ಗಾಳಿ
ನಿನ್ನ ನೆನಪೆ ನನ್ನ ಥಾಳಿ
ನೀನಾಗಸ ನಾ ಬಾನಾಡಿ
ನಾ ನಿನ್ನ ಒಡನಾಡಿ

ಅವನೆಂದ,
ನೀ ಶಿಲೆಯು, ಅವ ಶಿಲ್ಪಿ
ನಾ ಬರಿಯ ನೆಪ ಮಾತ್ರ
ಅವನಿಲ್ಲದೆ ನಾವಿಲ್ಲ
ಜೀವನವಿದು ಬೇವು- ಬೆಲ್ಲ
ಅವನಾಡಿಸಿದಂತೆಲ್ಲ
ಶಿರ ಬಾಗಿ ನಮಿಸವಗೆ
ತೋರುವನು ನಿಜ ರೂಪ
ನಿರಂತರ, ಅನವರತ!

20. ಸಲ್ಲಾಪ

ಇನಿತು ಉಸುರಿದೆ
ಇನಿಯನ ಕಿವಿಯಲಿ
ಇಹಲೋಕದ ಭಾರ
ಬೇಡವೆಂದು!

ಇನಿಯ ಸುರಿಸಿದ
ಇಕ್ಟುಧಾರೆಯ
ಇಹಕೆ ಹೊಸೆಯುತ
ಹೊಸತು ಬಂಧ

21. ರಾಧೆ – ಶ್ಯಾಮ

ಕಡಲ ತಡಿಯಲಿ
ಕೂತು ಸುಸ್ತಾಯ್ತು
ನಿನ್ನ ಸನಿಹವ ಬಯಸಿ
ಕಾದು ಸಾಕಾಯ್ತು
ಚಂದಿರನೆ ನೀನಾಗು
ಬಾ ದಿನವು ಸಂಜೆ
ಸಾಗರದ ಮೊರೆತವಿದು
ಸಾಗು ನೀ ಇಂದೇ
ಸಾಕು ಸಂಯಮ ಶಾಮ
ಶ್ಯಾಮ ಸುಂದರನೆ
ಕೊಳಲನೂದುತ ಬಾರೋ
ನಾಚಿ ಚಂದಿರನ!
ನಿನ್ನ ಸನಿಹ
ಬಯಸಿಹ ರಾಧೆ
ತಾಳಲು ವಿರಹ
ದರುಶನವ ಬಾ ನೀಡು
ನಿಮ್ಮದೇ ಈಡು – ಜೋಡು!

22. ಮನೋಬಲ

ಯಾರು ತಿಳಿಯರು ನಿನ್ನ,
ಮನೋಬಲವನ್ನ!
ನಿನಗೆ ನೀನೇ ಸಾಟಿ
ನೀನೆ ಎದುರಾಳಿ
ಸುಡೋ ಬೆಂಕಿ,
ಉರಿ ಜ್ವಾಲೆ
ಎಲ್ಲಾ ಬರಿ ಮೂಲೆ
ನೀನಾಗಬಲ್ಲೆ
ಆ ಬೆಂಕಿ ಉಗುಳುವ
ಜ್ವಾಲಾಮುಖಿ!
ಆದರೆ, ತಾಳ್ಮೆ ಇರಲಿ ಸಖಿ,
ಬೂದಿಯಾಗಿದ್ದು
ಹಿಂತಿರುಗಿ ಬಾರದು!
ಸುಟ್ಟು ಬಿಡು
ನಿನ್ನ ಸುಡುವ
ಅದೆಷ್ಟೋ ಯೋಚನೆಯ
ಅದೇ ಬೆಂಕಿಯಲ್ಲಿ
ಚಿಂತೆಗದೇ ಚಿತೆ!
ಉರಿಯುವುದು ತಾನ್
ಪ್ರಭರವಾಗಿ.

23. ಕಂದೀಲು

ಕಣ್ಣುಚ್ಚಿ ಕತ್ತಲಲಿ
ದಾರಿ ಹಾಯುವನಿಗೆ
ಬೇಕಿದೆ ಕಂದೀಲು
ತನಗೆ ಹಾದಿ ಕಾಣದಿದ್ದರೂ
ಪರರ ಹಾದಿ ಬೆಳಗಿಸುತ
ಸಾಗುತಿಹ ಊರುತ್ತ ಕೋಲು!

ಕಲ್ಲಾದರು ಸೈ
ಮಣ್ಣಾದರು ಸೈ
ತಾ ನುಗ್ಗುತಿಹ ಮುಂದೆ
ಅವನಿಗಾತನೆ ಸಾಟಿ
ಬರಿ ನೋಡುಗರು ನಾವು
ಕುರಿಯ ಮಂದೆ

ಮಂದೆ ಕುರಿಯಿಂದು
ಅಲ್ಲಗಳೆಯನು ಆತ ಪರರನು
ದಾರಿ ತೋರುತಲಿಹ ತಾನು
ಹಿಡಿದು ಕಂದೀಲು

ಶರತ್ತಿಲ್ಲದ ಪ್ರೀತಿ
ತರ್ಕಕ್ಕೆ ನಿಲುಕದ ರೀತಿ
ಹಿಡಿದಿಹನು ಕಂದೀಲು

ಜಗವ ಬೆಳಗಿಸುತ!

ದಿನಕ್ಕೊಂದು ಕವಿತೆ-ಭಾಗ ೧

ಜಗವ ಬೆಳಗಿಸುತ!

24. ಗುಟುಕು

ಮೂಡಣದಿ ಆ ಸೂರ್ಯ ಬಂದ
ನಾನಿಲ್ಲೇ ಇರುವೆ ನಿನ್ನ ಕಂದ
ಬಾ ಅಮ್ಮ ಬಳಿಗೆ
ಹಾರಿ ಬಾ ನನ್ನೆಡೆಗೆ

ನೀನಿಲ್ಲದಿರೇ ಬೇಸರ ನಿ
ನ್ನ ನೋಡುವ ಕಳವಳ
ತಾ ನನಗೆ ಗುಟುಕನು
ಇದೇ ನನ್ನ ಹಂಬಲ

ನೀನಿಲ್ಲಿರೆ ಕ್ಷೇಮ
ದೂರ ಹೋದರೆ ಏನೋ ಭಯ
ನಾ ಹಾರಿ ಬರಲಾರೆ ನಿನ್ನೆಡೆ
ರೆಕ್ಕೆ ಇನ್ನು ಬಲಿತಿಲ್ಲ ಎನಗೆ

ಓ ಅಗೋ ನೀ ಬಂದೆ
ಗುಟುಕು ನೀಡಿದೆ
ನನಗೆ ಆಶ್ರಯವನ್ನಿತ್ತೆ
ಇನ್ನಿಲ್ಲ ಈ ಮೌನ

ನೀ ಹೀಗೆ ಉಣಿಸಲು
ನಾನಾದೆ ಸಬಲ!

ರೆಕ್ಕೆ ಬಲಿತಿದೆ ಈಗ ನನಗೆ
ಇಲ್ಲೇ ಇರಲೇ ನಿನ್ನ ಬಳಿಯೇ
ಇಲ್ಲಾ ಹಾರಲೇ? ನವ ದಿಗಂತದ ಕಡೆಗೆ
ನಾ ಕಾಣದ ಊರಿನೆಡೆಗೆ!

25. ನೆರಳು

ನೀ ಇಲ್ಲಿ ಹೋದರು, ನಾ ಬರುವೆ.
ನಿನ್ನ ನೆರಳಿನಂತೆ ಹಿಂಬಾಲಿಸುವೆ
ನೆರಳಾದರೇನು? ಎಂದು ನಾ
ನಿನ್ನ ಹಿಂದೆ ಎಂದುಕೊಳ್ಳದಿರು!
ಹೊಂಬಿಸಿಲು ಬೆನ್ನಿಗೆ ಬಿದ್ದರೆ ನಾ ನಿನ್ನ ಮುಂದೆ!
ಈ ನೆರಳು ಬೆಳಕಿನ ಆಟಕ್ಕೆ
ಸೂರ್ಯನೆ ಸೂತ್ರಧಾರ
ಪಾತ್ರದಾರಿಗಳು ನಾವು
ಈ ರಹದಾರಿಯ ರಂಗಮಂದಿರ!

26. ಶ್ರೀ ರಕ್ಷೆ

ಏತಕೆ? ಹೀಗೇತಕೆ?
ನಿನ್ನ ರೀತಿಯು ಹೀಗೇತಕೆ?
ಹಾದಿಯಲಿ ಅಲೆಮಾರಿ,
ನಾನಾಗ ಬಯಸಲಾರೆ.
ದಾರಿ ತೋರಿ ನಡೆಸು ಮುಂದೆ
ಇದೊಂದೆ ನನ್ನ ಪ್ರಾರ್ಥನೆ!
ನಿಗೂಢ ನಿನ್ನ ವರ್ತನೆಯು
ನೀಡು ಬಾ ಸಮರ್ತನೆ!
ನೀ ಬೆಂಗಾವಲಾಗು,
ನೆರಳಾಗು ಎನಗೆ
ಎಂದು ನಾ ಬಯಸಿರುವೆ.
ಸಾವರಿಸಿಕೊಳ್ಳಲಾಗದು,
ಸಮಾಧಾನ ದೂರವಾಗಿಹುದು!
ನೀಡು ನೀ ಶ್ರೀ ರಕ್ಷೆ
ಅಂತರ್ದಾನನಾಗದೆ
ಕೈ ಹಿಡಿದು ನಡೆಸನ್ನ
ಕೈ ಮುಗಿದು ಬೇಡುವೆ
ಕಾಯು ನೀ ಕಮರದೆ !

27. ಜೋಪಾನ

ನಿನ್ನ ಕಣ್ಣ ಕಂಬನಿಯಲ್ಲಿ
ಹುದುಗಿದೆ ನೂರು ಭಾವ,
ಅದನ್ನೊರೆಸಲೆಂದೆ
ಬಳಲಿದೆ ಈ ಜೀವ!
ನನಗೆ ನೀನೆ ಆಸರೆ,
ಕಣ್ಣೆ ಇಕ್ಕದೆ
ನಿನ್ನ ಜೋಪಾನ ಮಾಡುವೆ.
ಬಾ ಪವಡಿಸು
ನನ್ನೆದೆಯಾಳದಲ್ಲಿ
ನಿನ್ನೊಡನಾಡಿ ನಾ,
ಕಾಯುವೆ ನಾ
ಕಾಪಾಡುವೆ ನಿನ್ನ.

28. ಕಣ್ಣೀರಿಗೆಲ್ಲಿ ಬೆಲೆ?

ಕೈ ಹಿಡಿದು ನಡೆಸುವಾತನಲಿ
ಕೈ ಮುಗಿದು ಪ್ರಾರ್ಥನೆ
ಪ್ರಶ್ನೆಯೊಂದೇ ಆಕೆಯದು
ಕಣ್ಣೀರಿಗೆಲ್ಲಿ ಬೆಲೆ?

ನೂರು ಜನ ಜರಿದರೂ,
ದಿಟ್ಟತನ ತೋರಿಹಳು
ಅಬಲೆ ನೀ ಎಂದರೂ
ನಾ ಸಬಲೆ ಎಂದಿಹಳು!

ಬಡತನದ ಬೇಗೆ
ಬಾಲ್ಯವ ಸುಟ್ಟಿತ್ತು
ಕೌಮಾರ್ಯದಿ ಮದುವೆ
ಕೂಸು ಕಂಕುಳಲ್ಲಿತ್ತು

ಗಂಡನಿಗೋ ಓಣ ಕೆಮ್ಮು,
ಏಳಲಾಗದು ಮೇಲೆ
ಬರಿಯ ಧಮ್ಮು!
ಬಂದಿದ್ದ ಜವರಾಯ
ಬರಮಾಡದೆ, ಬೆಂದಿತ್ತು
ಇಡಿ ಕೋಮು.

ಡಾ. ನಾಗಲಕ್ಷ್ಮಿ ಕೆ.ಪಿ.

ತಲೆ ಮೇಲೆ ತಪ್ಪಲೆ
ಬರಿಗಾಲ ನಡಿಗೆ
ದಿನ ನೀರ ಕಡೆಗೆ,
ಸುಡು ಬಿಸಿಲಿನಡಿಯಲ್ಲಿ!

ದಿಟ್ಟತನದಿ ದಿನದೂಡಿಹಳು
ಯಾರೆದುರು ಕೈ ಚಾಚದೆಯ!

29. ಸ್ವಾತಂತ್ರ್ಯ

ಬೆಚ್ಚಗಿನ ರಾತ್ರಿಯಲಿ
ತಲೆ ಹುಚ್ಚು ಹಿಡಿಸೋ ಹಾಗೆ
ಮೈ ರೊಚ್ಚಿಗೇಳಿಸುವಂತೆ
ಸ್ವಾತಂತ್ರ್ಯ ಸಂಗ್ರಾಮದ
ಕಿಚ್ಚು ಹತ್ತಿತ್ತು ಜನಕೆ !
ಸಲುಹಿದ ತಾಯಿ ಮೆಚ್ಚುವಂತೆ
ಆಂಗ್ಲರ ನುಚ್ಚು ನೂರಾಗಿಸುತ
ಪರದೇಶಿ ಇಚ್ಛೆ ದೂರೆಸೆದು
ಭಾರತಾಂಬೆ ನೆಚ್ಚುವಂದದಿ
ಕೆಚ್ಚೆದೆ ಕುವರರು
ಕಂಚಿನಾ ಕಂಠದಲಿ
ಕೆಂಚು ಕೂದಲಿನವರಿಗೆ
ದೈವತ್ವವನ್ನೇ ಹಂಚಿ ತಿಂದರಿಗೆ
ಕೊಂಚ ಕಟುವಾಗಿಯೆ
ಕೂಗಿ ಹೇಳಿದ್ದರು, ವಂದೇ ಮಾತರಂ
ಮಂತ್ರ ಸಾರಿದ್ದರು!
ಸ್ವಭಂದ ಆಗಸದಿ
ತಮ್ಮಿಚ್ಛೆಯಾ ಭುವಿಯಲ್ಲಿ
ವೀರ ಲಾಂಛನ ನೆಟ್ಟಿದ್ದರು!
ಸುಟ್ಟಿತ್ತು ಸೂರ್ಯಾಸ್ತ ಕಾಣದ ದೇಶ
ಅದೇ ಶಾಖದಲಿ
ನೆಲ ಕಚ್ಚಿತ್ತು ಸಾಮ್ರಾಜ್ಯ

ಡಾ. ನಾಗಲಕ್ಷ್ಮಿ ಕೆ.ಪಿ.

ಚಳಿ ಬಿಟ್ಟಿತ್ತು ಜನಕೆ!

ಡಾ. ನಾಗಲಕ್ಷ್ಮಿ ಕೆ.ಪಿ.

ಚಳಿ ಬಿಟ್ಟಿತ್ತು ಜನಕೆ!

30. ಕೃತ್ರಿಮತೆ

ಕೃತ್ರಿಮದ ಹಾದಿಯಲಿ
ಹುಡುಕುತಿಹೆ ಸ್ವಂತಿಕೆಯ,
ನನ್ನ ಸ್ವಂತದ್ದಾಗಿಸಲು!
ಕೃತ್ರಿಮತೆ ನಕ್ಕಿತ್ತು
ತನದೆ ವಿಜಯವು ಎಂದು !

ಸ್ವಂತಿಕೆಗೊ ನಾಚಿಕೆ
ತುಸು ಚಿಂತಿಸಿದರು
ಬಾರದದು ಸನಿಹಕೆ
ಎಲೆ ಮರೆಯ ಕಾಯದು
ಹೀಗೆ ಇರುವೆನೆಂದಿತು!

ಹೀಗೆ ಸಾಗುತಲಿದೆ
ಕೃತ್ರಿಮದ ಈ ಬದುಕು!

31. ನೆನಪುಗಳ ಸರಮಾಲೆ

ಸಿಹಿ ನೆನಪುಗಳ ಸರಮಾಲೆ
ಪ್ರತಿ ಮಣಿಯು ನೆನಪೊಂದು!

ಅಮ್ಮ ಮುತ್ತಿಟ್ಟ ನೆನಪು
ಅಪ್ಪನ ಹೆಗಲೇರಿದ ನೆನಪು
ಅಜ್ಜಿ ಇಟ್ಟ ಕೈ ತುತ್ತ ನೆನಪು
ಅಜ್ಜ ಹೇಳಿದ ಕಥೆಗಳಾ ನೆನಪು

ಆದರೇಕೋ ಕೈ ಸುಟ್ಟಂತ್ತಿದೇ ಇಂದು
ಮಾಲೆ ಕಟ್ಟುತ್ತಿದ್ದ ಕೈಗೆ ಪೆಟ್ಟು ಹತ್ತಿದೆ!
ಹೇಳಲಾರದ ನೋವು, ಆದರೂ
ಹೇಗೋ ಕಟ್ಟಿದೇ ಮಾಲೆಯನು,
ಇದೊಂದು ನೆನಪ ಬಿಟ್ಟು!

32. ಫಾಸಿ

ಮನಸ ಫಾಸಿ ಮಾಡಿ
ಹೋಗಿರುವೆ ನೀ ದೂರ
ಬರೆ ಪ್ರಾಸ ಹುಡುಕುತ್ತ
ಬರೆದಿರುವೆ ನಾ ಕವನ!

ಆದಿಯೋ, ಅಂತ್ಯವೋ
ಪ್ರಾಸವಿದ್ದರೆ ಸೈ,
ಕವನವದು ಪೂರ್ಣ.

ನಮ್ಮಾದಿ, ನಮ್ಮಂತ್ಯ
ಬರೆಯುವಾತನೇ ಬೇರೆ
ಶ್ರೀ ಕೃಷ್ಣನಾತ, ದೇವಕಿ ಸುತ.

33. ಚದುರಂಗ

ಬದುಕು ಚದುರಂಗ
ಕಾಯಿ ಚದುರಿದರೆ
ಸಾಗುವುದು ಆಟ,
ಪ್ರತಿ ಕಾಯಿಯದು
ಅದರದೆ ಪಥವು
ನಡುಗದೆ ಮುನ್ನುಗ್ಗಿ
ಚಲಿಸಿದರೆ ಜಯವು!
ಇಲ್ಲವಾದರೆ ಬರಿಯ ಪಥನ
ಆತ್ಮವಿಶ್ವಾಸದ ಹರಣ!
ಬೇಕು ಬುದ್ಧಿಯ ತಾಲೀಮು
ಗೆಲ್ಲುವಾ ಭಲವು!
ಆಗಲೆ ಬರುವುದು ಆನೆ ಬಲ
ಜೀವನದಿ ನಲಿವು!

34. ಶ್ರೀ ಕೃಷ್ಣ

ಬೃಂದಾವನ ಕಂದ
ಚಂದ ಮುಕುಂದ
ನೀ ಮನಕಾನಂದ
ನಂದಗೋಕುಲದ
ಮಂದನೆಯರ ಮನ ಕದ್ದ,
ಬಿಂದಿಗೆ ತುಂಬ ಬೆಣ್ಣೆಯ ಕದ್ದ
ಸ್ಮೀ ಲೋಲ ಮುಕುಂದ
ಮಂದನೆಯರ ಮನಕಾನಂದ!
ಬಾರೋ ಬಾರೋ ಶ್ರೀ ಮುಕುಂದ
ಚಂದಿರನಂತೆ ಬೆಳಗುತ ಬಾರೋ
ಬೆಣ್ಣೆ ಅಂಟಿದ ಆ ಮೊಗವಾ ತೋರೋ
ತಾಯಿಗೆ ಬಾಯಲ್ಲಿ ಜಗವನ್ನೇ ತೋರಿದ
ಕಿರು ಬಾಯಲ್ಲಿ, ಕಿರು ನಗೆಯಾ ಬೀರೋ
ನಮ್ಮೀ ಮನಕೆ ಸಂತಸ ತಾರೋ!
ಆನಂದ ಆನಂದ ಶ್ರೀ ಮುಕುಂದ
ನಂದನ ವನದ ಸುಂದರ ಕಂದ!
ಅರ್ಜುನಗೆ ತೋರಿದೆ
ನೀ ವಿರಾಟ್ ರೂಪ
ನನ್ನಯ ಮೇಲೆ
ಏಕಿಂತ ಕೋಪ?!
ಸಖಿಯಾಗುವೆ ನಾ
ದಾಸಿಯು ನಾನೆ.

ಡಾ. ನಾಗಲಕ್ಷ್ಮಿ ಕೆ.ಪಿ.

ನನ್ನ ಸಖಿನಾಗುವೆಯಾ?
ತೋರಿ ನಿ ಕರುಣೆ
ನಿನ್ನ ಪಡೆವುದೆ
ಈ ಬದುಕಿನ ಗುರಿಯು
ಸಖಿನಾಗಿ ಪೊರೆದೆನ್ನ
ಪಾಲಿಸೋ ಹರಿಯೆ
ಇದೆ ನನ್ನ ಮೊರೆಯು
ನನ್ನ ಮನದ ಕರೆಯು!

35. ಹಕ್ಕಿ

ಹಕ್ಕಿಯು ಹಾರುತಿದೆ ನೋಡ
ನೀಲಾಗಸದಿ, ಸ್ವಭಂದವಾಗಿ
ಯಾರ ಪರಿವೆ ಇಲ್ಲದೆ
ಹಕ್ಕಿ ಹಾರುತಿದೆ ನೋಡ!
ಭಾನು ಸೋಕದಂತೆ
ಬಾನಿನಲ್ಲಿ ಬಾನಾಡಿಯಾಗಿವೆ
ಒಡನಾಡಿಯಾಗಿವೆ
ಬಾಂದಳದಿ ಅವುಗಳದೇ ಭಾಷು
ಹಕ್ಕಿಯು ಹಾರುತಿದೆ ನೋಡ!
ನೀಲಾಗಸದಿ, ಸ್ವಭಂದವಾಗಿ

36. ಮನಸ್ಸು

ಮನಸು ತಿಳಿಯ ಹೊರಟಿಹೆ
ಹಾದಿ ಬಲು ಸುಲಭ
ಎನುವುದು ಬರೆ ಹುಸಿ ನಿಜ

ಮನಸ ಮನಸು ಮಾಡಿ
ಅರಿಯಲು ಹೊರಟರೆ
ಹೋರಾಟ ಹಾರಾಟ
ಎಲ್ಲವು ಖಚಿತ

ಮೂದಲಿಸದಿರು ಮನಸನು
ಮನುಷಂಗೆ ತಿಳಿಯದು ಈ ಮನಸು

ಮನಸಿಗೆ ಮನಸೇ ಮನೆ
ಮನಸಿಗೆ ಮನಸೇ ಮದ್ದು
ಹಿತ್ತಲ ಗಿಡ ಮದ್ದಲ್ಲದಿರೇ
ಮುನಿಸಿನ ವಿಷ ಮದ್ದಾದೀತೇ?

ಚಿಂತೆಯ ಚಿತೆಗೆ ಹಾಕುವ ಬೆಂಕಿ
ಕಂಬನಿಯ ಹೊಳೆ ಹರಿಸುವುದು ಯಾಕೆ?
ಆಗುವ ನಾವು ಸಬಲ
ಜೀವನವೇಕಾಗಬೇಕು ಜರಿಲ?

37. ಆಸೆ

ಕಣ್ಣಿಗೆ ಕಾಣದ್ದನ್ನ
ಪಡೆಯೋ ಆಸೆ
ಮನಸಿಗೆ ತೊಚದ್ದನ್ನ
ತಿಳಿಯುವ ಆಸೆ

ಕಯಿಗ್ ಎಟುಕದ್ದನ್ನ
ಪಡೆಯೋ ಆಸೆ
ಕಯ್ ಜಾರುವ ನೀರಿಗೆ
ಬಲೆ ಬೀಸುವ ಆಸೆ

ಆಸೆಯೆ ದುಃಖದ ಮೂಲ
ಅನ್ನುವ ಪಾಠ ಮರೆಯೋ ಆಸೆ
ಅತಿ ಆಸೆ ಆಗದಿರಲಿ
ಎಂಬೊ ಆಸೆ

38. ಬುನಾದಿ

ರವಿಯ ಪ್ರಭೆಗೆ,
ಶಶಿ ನಾಚೆ,
ಆದೀತೆ ಇರುಳು?!
ಹನಿ ಹನಿ ಸೇರದಿರೆ,
ಆಗೀತೆ ಮುಗಿಲು?!

ಹಿಮ ಬಿಂದು ಬೀಳದಿರೆ,
ಥಳಿಗೆಲ್ಲಿ ಜಾಗ?!
ಗುಡುಗು ಮುಟ್ಟಲು ಬಹುದೆ
ಮಿಂಚಿನಾ ವೇಗ?!

ಹೀಗೆ ಮೂಡಿದೆ ಸಾಲು
ಒಂದೋ ಎರಡು ಮನದಿ,
ಇದೇ ನನ್ನೀ ಕವಿತೆಗೆ ಬುನಾದಿ!

39. ಕೆಟ್ಟ ನೆನಪು

ಕೆಟ್ಟ ನೆನಪುಗಳ
ಸುಟ್ಟು ಬಿಡಿ
ಸುಟ್ಟು ನೆಟ್ಟಗಾಗಿಸಿ
ಈ ಬದುಕ!
ಪಟ್ಟದಾಸೆ ಬಿಟ್ಟು
ಚಟ್ಟ ಏರುವ ಮುನ್ನ
ನೆಟ್ಟಗಾಗಿಸಿ ಈ ಬದುಕ!
ಪಟ್ಟು ಬಿಡದೆ ನಿಷ್ಠೆ ಇಂದ
ನೆಟ್ಟಗಾಗಿಸಿ ಈ ಬದುಕ!
ಬುದ್ಧಿಗೆಟ್ಟು ಮಂಕನಂತೆ
ಮುಟ್ಟುಗೋಡದೆ ಮೂರ್ಖನಾಗಿ
ಮಟ್ಟವಾಗುವಾ ಮುನ್ನ
ನೆಟ್ಟಗಾಗಿಸು ಈ ಬದುಕ!

40. ಅರಿವು!

ಅರಿವಿಹುದೆ ಕೋಗಿಲೆಗೆ
ತನ್ನ ತಾಯಿಯಾರೆಂದು?
ಆರದೋ ಗೂಡಲ್ಲಿ
ಯಾರದೋ ತಾಯಿಯ
ಆರೈಕೆಯಲ್ಲಿ ಬೆಳೆದು
ಕಪ್ಪು ತಾನಾದರು
ಕೂ! ಎನ್ನದೆ, ಕಾವ್! ಎಂದೀತೇ?

41. ಹಣತೆ

ಹಚ್ಚುವ ಬಾ
ನಾವೊಂದು ಹಣತೆಯ,

'ತಾನು' ಎಂಬ ಮಣ್ಣ ನಾದಿ,
ಭಾವವೆಂಬ ಎಣ್ಣೆ ಸುರಿದು,
ತ್ಯಾಗವೆಂಬ ಬತ್ತಿ ಉರಿಸಿ
ನಂಬುಗೆಯ ಜೋತಿ ಬೆಳಗೆ
ಪಸರಿಸಲಿ ಆ ಕಾಂತಿ
ಜಗದ ತುಂಬ!

42. ಕನಸುಗಳ ಮಾರುಕಟ್ಟೆ

ಕನಸುಗಳ ಮಾರುಕಟ್ಟೆಯಲ್ಲಿ
ಸಾಲಗಾರಳು ನಾನು!
ಒಂದೇ ಎರಡೇ
ಸಾವಿರ ಕನಸ ಕೊಂಡಿರುವೆ!

ಬಂಡವಾಳವಿಲ್ಲ, ಬಂಡಾಯವಿಲ್ಲ
ಬರೆ ಬಂಡಿಯಲ್ಲಿ ಕನಸ ಕೊಳ್ಳುತಿರುವೆ!
ಸಾವಿರ ಕನಸ ಕೊಂಡಿರುವೆ!

43. ನಾನು

ನನ್ನ ನಾ
ಕಂಡುಕೊಳ್ಳುತ್ತಿರುವೆ.
ಈ ಕಗ್ಗತ್ತಲಲ್ಲಿ
ಬೆಳಕಿನೆಡೆಗೆ ಸಾಗಿರುವೆ.

ನಾ ನಾನಾಗಿ ಹೊಮ್ಮಲು
ನಾನಾ ಬಗೆಯಿಹುದೇ?
ಮನಸ್ಸಿನಾಳದಲ್ಲಿ,
ನೀರವ ಮೌನದ ನಡುವೆ
ನನ್ನ ನಾ ಕಂಡುಕೊಂಡಿರುವೆ!

44. ದೂರ

ನುಣುಚಿದರೇನು?
ತುಸು ದೂರವಾದೀತೇ?
ಈ ದೂರ!
ಸನಿಹವಿದ್ದರೂ
ದೂರವಾಗಿಹ
ಯಾಕ್ ಹೀಗೆ?
ಹರಿದಾರಿಯಲ್ಲಿ
ಹೋಗುತ್ತಿದ್ದವಳನ್ನೆಳೆದು
ರಹದಾರಿಗೆ ಕರೆದೆ!
ಪ್ರೀತಿ ಕುರುಡೆಂದೆ
ಈಗ ನನ್ನನ್ನು
ನೋಡಿಯೂ ನೋಡದೆ
ಕುರುಡನಾದೆ!

45. ಭಾರ?

ನೀರಾಗುವುದೆ ಭುವಿಗೆ ಭಾರ?
ಹನಿ ಹನಿಯ ಮಳೆಯು
ಇಳೆಯ ಸೋಕೆ
ತಂಪಾಯ್ತು ಪೃಥ್ವಿ

ಮಗುವಾಗುವುದೆ
ತಾಯಿಗೆ ಭಾರ?
ತನ್ನನು ಅವಳಲಿ
ಕಾಣುವಳಾಕೆ ನಿರಂತರ!

46. ಮುಕುಂದ

ನವಿಲಗರಿ, ಕೊಳಲ ದನಿ
ಪಂಕ್ತಿ ಸಾಲಲಿ ಗೋವ್ಗಳು
ಬೆಣ್ಣೆ ಕಳ್ಳ, ಚಿತ್ತ ಚೋರ
ವರ್ಣಿಸಲು ಸಾಲದು ಸಾಲ್ಗಳು

ರಾಧಾ ರಮಣ
ಮುಕುಂದ ಮುರಾರಿ
ಮುರಳಿ ದನಿಗೆ
ಕನ್ನೆಯರೇ ಹಾಜರಿ!

ಗೋಪಿಕೆಯರ ವಸ್ತ್ರ ಕದ್ದು
ದ್ರೌಪದಿಗೆ ಅಭಯವನ್ನಿತ್ತ
ಹಾಲು ಮೊಸರು ಬೆಣ್ಣೆ ಕದ್ದು
ಅಕ್ಷಯ ಪಾತ್ರೆ ಪಾಂಡವರಿಗಿತ್ತ

ಈತನ ಪರಿ, ತಿಳಿಯೋದೆ ಸರಿ
ತಾಯಿ ಮಡಿಲ, ಮುದ್ದು ಕಂದ
ಗೋಪಾಲನೀತ, ಶ್ರೀ ಮುಕುಂದ

47. ಚಿಂತೆ?

ಮರವ ತಬ್ಬಿ ಹಬ್ಬುತಲಿದೆ ಬಳ್ಳಿ
ಆ ವಲ್ಲಿಗಾದರೇನು ಚಿಂತೆ?
ಎಂದು ನಾ ಭಾವಿಸಿದೆ!

ಸಾಲುಗಟ್ಟಲೆ ವೃಕ್ಷ
ಕೊಡಲಿಗಾಹುತಿಯಾಯ್ತು
ಮರವ ತಬ್ಬಿದ ಬಳ್ಳಿಯಾ ಜೊತೆಗೆ!

ಈ ವಿಧಿ ವಿಪರ್ಯಾಸ,
ಕೇಳುವವರಾರು?

48. ಬದುಕು

ಬದುಕು ಹಾಯಿದೋಣಿ
ನೀನೆ ಅದರ ನಾವಿಕ
ಯಾರಿಗೋ ಚುಕ್ಕಾಣಿ
ಕೊಡುವುದು ಯಾಕೆ?
ಅಲೆ ಮೇಲು ಸಾಗು
ನುಗ್ಗು ಮುನ್ನುಗ್ಗು

ಬದುಕು ಗಾಳಿಪಟವಾದರೆ
ಸೂತ್ರ ನಿನ್ನ ಕೈಯಲ್ಲಿ ಇರಲಿ
ವಿನಃ ಅವರಿವರ ಕೈಯಲ್ಲಲ್ಲ
ಗಾಳಿಯ ಬಿರುಸಿಗೆ ಪಟ ಹಾರಿದರೂನು
ಸೂತ್ರವ ಹಿಡಿವುದು ನೀನೆ ಅಲ್ಲವೇನು?!

49. ಭೂ ತಾಯಿ

ಭೂ ತಾಯಿಯ ಮಡಿಲು
ಸ್ವರ್ಗಕ್ಕಿಂತ ಮಿಗಿಲು
ಹರಿಯಲು ಜೀವ ಹೊನಲು
ಪಡೆವೆವು ಧಾನ್ಯದ ಕಡಲು
ತೆನೆ ತೆನೆಯಲ್ಲೂ ಪ್ರೀತಿ
ನಂಬಿಕೆ, ಧ್ಯೇಯದ ಪ್ರತೀತಿ
ಇರಲಿ ಇದೇ ರೀತಿ
ಹೊಂದಲಿ ಪ್ರಗತಿ
ನಮ್ಮೆ ಪ್ರಕೃತಿ
ಅನಾವರಣವಾಗಲಿ
ತಾಯಿಯ ಪ್ರತಿಕೃತಿ!

50. ತೇರು

ಆ

ಬಾನು

ನಿನ್ನ ತೇರು

ಸೂರ್ಯನೇ ಸಾರಥಿ

ನೀಲಾಗಸದಿ ನೀನಾಗು ಕಂದ

ಸೌಂಧರ್ಯದ ರಾಶಿ, ಪವಡಿಸು ನೀ

ನನ್ನ ಮಡಿಲಲಿ, ಜೋಪಾನಗಯ್ಯುವೆ

ನೂರು ಕಾಲ

ಲಾಲಿ

ಲಾಲಿ

ಬಂಗಾರ

ಓ ಮುದ್ದು

ಸುಕುಮಾರ!.

51. ಜೀವ

ನೋವನ್ನಿಟ್ಟು ದೂರವಾದೆ
ನೀ ಸಾವಿಗೇಕೆ ಸನಿಹವಾದೆ?
ಓ! ಜೀವದಾ ಜೀವವೆ,
ನೀ ವಿಶ್ವ ಬಂಧುವಾಗುವೆ!
ನೀನಾಡಿದ ಮಾತುಗಳು,
ಕಿವಿಗಳಲಿ ಕಂಪಿಸಿವೆ,
ನಾನೀಡಿದ ವಚನವಿದೊ
ಈಗಲೆ ಪೂರ್ಣಗೈಯುವೆ
"ವಸುದೈವ ಕುಟುಂಬಕಂ"
ಎಂಬ ಮಂತ್ರ ಸಾರುವೆ!

52. ಪ್ರೀತಿ

ನನಗೆ ಹೆಚ್ಚೇನು ಬೇಕಿಲ್ಲ
ನಿನ್ನ ಪ್ರೀತಿ ಸಾಕು!
ನಿನ್ನೆದೆಯಾಳದ ಭಾವ ಲಹರಿ
ನನ್ನ ಮಾತಾಗಿರಬೇಕು
ನಿನ್ನೆದೆ ನನ್ನ ಗೂಡು
ದಿನಂಪ್ರತಿ ನಮದೆ ಅಲ್ಲಿ
ಒಲವಿನ ಹಾಡು!

ನೀನಿರದೆ ನಾನಿರಲು ಸಾಧ್ಯವೇ?
ನೀ ಆತ್ಮ, ನಾ ದೇಹ
ನೀ ಗಾಳಿ, ನಾ ಉಸಿರು
ನೀ ಆಗಸ , ನಾ ಬಾನಾಡಿ
ನೀ ಪಲ್ಲವಿ, ನಾ ಚರಣ
ನೀ ಹೂ, ನಾ ಭ್ರಮರ!

ಎಂದಳಾ ಮಾನಿನಿ
ಆಗಿತ್ತು ಗಲ್ಲ ಕೆಂಪು.

53. ನೆನಪು

ಬಾನ ಬಣ್ಣದ ನೆಳಲು
ಗಾನ ಹರಿಸುವ ಕೊಳಲು
ಕರದಲ್ಲಿ ಕರಿ ಮಚ್ಚೆ
ನಿನ್ನ ನೆನಪಿನ ಹಚ್ಚೆ
ಇರುಳಂದ್ರೆ ಜ್ವರವೇಕೆ?
ಮುಂಜಾವು ಮೂಡುವುದು
ನೆನೆಹಕ್ಕೆ ಬರವಿಲ್ಲ
ನೆನಪದೋ ಕಾಡುವುದು!

54. ಹೆಜ್ಜೆ – ಲಜ್ಜೆ!

ನನ್ನೆದೆಯ ಬಾಂದಳದಿ
ನಿನ್ನದೇ ಹೆಜ್ಜೆ
ಹಿಂತಿರುಗಿ ನೋಡು,
ಏಕಿಂತ ಲಜ್ಜೆ ?!

ಕಾಮೋರ್‍ಡ ಕವಿದಿಹುದು
ಮಳೆಯದೇ ಕಾತರ
ಬಿರುಗಾಳಿ ಬೀಸಿಹುದು
ಬಾರದಾಗಿಹೆ ಏಕೆ?
ನನಗೆಂತಾ ಆತರ!
ತುಂತುರು ನೀ ತರಬಾರದೆ

55. ನಿಶೆ

ನಿಶೆಯೊಂದು ಕರಿ ನೆರಳು
ಹಗಲದೊ ಹೊಸ ಚಿಗುರು
ನಿಶೆಗಿಲ್ಲ ನಿದಿರೆ
ಹಗಲೆಲ್ಲಾ ಮದಿರೆ!

ನಿಶೆಗೆಂಪು ಏರುತಿರೆ
ಆ ಸೂರ್ಯ ಜಾರುತಿರೆ
ಹಗಲಿನಾ ಯಾಚನೆ
ನಿನ್ನದೇ ಯೋಚನೆ
ಏಕಿಂತ ಯಾತನೆ ?

56. ತೀರ

ನಾನೊಂದು ತೀರದಲಿಹೆ
ನೀನೊಂದು ತೀರದಿ
ನನಗಿಲ್ಲ ಬೇಸರ,
ನಿನಗಿದೆ ಆಸರೆ.

ಅರೆಗೆಂಪು ನಿನ್ನ ಕೆನ್ನೆ
ಗುಳಿಯೊಂದ ನಾ ಕಂಡೆ
ಕಾಣದಿಹೆ ನೀನಿಂದು
ಬಾ ನಡೆಸು ನೀ ಮುಂದು.

೫೭. ಸೂರ್ಯ-ಕಾಂತಿ

ಇರುಳಿನ ಹಸಿಗನಸು
ಇನ್ನೆಲ್ಲದಾ ಮುನಿಸು
ಇರುಳು ತಾ ಕಾಡಿರಲು
ಹಗಲಿನದೆ ಯೋಚನೆ
ಜ್ಞಾನ ಬ್ರಹ್ಮನಲಿ
ಮುಂಜಾವಿನ ಯಾಚನೇ!

ಕೆಂಗೆಪು ಸೂರ್ಯ
ಉದಯಿಸುವ ಸಮಯ
ವಿರಹ ವೇದನೆಯ ತೊರೆದು
ಕಾಂತಿ ತೋರುತಳಿಹಳು
ರಾತ್ರಿಯಿಡಿ ಹಾತೊರೆದು
ಕಾತರಿಸಿದ ಸೂರ್ಯ-ಕಾಂತಿ!

58. ಕಾಡ್ಗಿಚ್ಚು

ನಿನ್ನ ನೋಟ ಕಾಡ್ಗಿಚ್ಚು
ಹೃದಯಕೆ ಬೆಂಕಿ ಹಚ್ಚಿ
ಅದು ಏನು ಮಾಡುತಿಹೆ ?!
ನಿನಗಾಗಿ ಕಾದಿರುವೆ
ತುಂತುರು ನೀ ತರಬಾರದೆ?

ಕಡು ನೀಲಿ ಕಡಲು
ಕೈಗೆಟುಕದ ಮುಗಿಲು
ಹಸಿರಿನಾ ಹಾಸಿಗೆ
ಹಾಸಿಹರು ಯಾರೋ!

ಅಲ್ಲಿ ನಿನ್ನದೆ ಹೆಜ್ಜೆ
ತುಟಿಯಂಚಲಿ ಲಜ್ಜೆ
ಕೈ ಬೀಸಿ ಕರೆದಿಹುದು
ಆ ನಿನ್ನ ಕಾಲ್ಗೆಜ್ಜೆ!

59. ಮೌನ

ಮಾತನಾಡುವ ಮನಕೆ
ಮೌನ ಕಲಿಸಿದೆ ಏಕೆ?
ಮನದಾಳದ ಮಾತ
ಹೇಳಲಾಗಿಹೆನು.

ಮನದ ಈ ತೊಳಲಾಟ
ಆಗಿಹುದು ಪರಿಪಾಟ
ಇದಕಿಹುದೆ ಸರಿಸಾಟಿ,
ಈ ಮೂರು ಲೋಕದೊಳು?

60. ಕ್ಷಣ

ನಿನ್ನದಲ್ಲದ ನಾಳೆಗೆ
ಹಂಬಲಿಸಿಹೆ ಏಕೆ?
ನಿನ್ನದಲ್ಲ ಆ ನೆನ್ನೆಯು
ನೆನ್ನೆ - ಮೊನ್ನೆ ಬರಿಯ ಸೊನ್ನೆ

ಇಂದು ಮಾತ್ರವೆ ಸತ್ಯ
ಈ ಕ್ಷಣವು ಸಿಗದು ದಿನ ನಿತ್ಯ
ಬದುಕು ನೀ ಇಂದು, ಈ ಕ್ಷಣ
ಇದೇ ಆಗಲಿ ನಮ್ಮೆಲ್ಲರ ಲಕ್ಷಣ!

61. ಪ್ರಶ್ನೆ

ನಿನ್ನೊಳಗಿನ ಪ್ರಶ್ನೆಗೆ
ನಿನ್ನಲ್ಲೇ ಇಹುದು ಉತ್ತರ
ಹುಡುಕಬೇಕಷ್ಟೆ!
ಜ್ಞಾನದ ಬೆಳಕು ಬೀರಿ

ಅಜ್ಞಾನದ ತಿಮಿರನೋಡಿಸೆ
ಅಲ್ಲೇ ಸಿಗುವುದು ಉತ್ತರ!
ಹೃದಯಕೆ ಹತ್ತಿರವಾಗಿ
ಉಳಿವುದು ನೂರ್ ಕಾಲ!

62. ದೀವಿಗೆ

ಹೊಂಗನಸ ತೋರುತಿದ
ಈ ದೀವಿಗೆ,
ಹೊಸ ಆಸೆ ಮೂಡಿಸಿದೆ
ಈ ದೀವಿಗೆ.

ನವದಿಗಂತಕೆ ದಾರಿಯ
ಈ ದೀವಿಗೆ,
ತಮಸೋಮ ಜ್ಯೋತಿಯ
ಈ ದೀವಿಗೆ.

ನವಭಾವ ಭೀರುತಿದೆ
ಈ ದೀವಿಗೆ
ನವ ಪರ್ವದತ್ತ ಸಾಗುತಿದೆ
ನಮ್ಮ ದೀವಿಗೆ

63. ಎಲ್ಲಿಯವರೆಗೆ ಈ ಅಕ್ಕರೆ?

ಒಬ್ಬಳೇ ಕುಳಿತಿರುವೆ ಗೂಡಿನಲ್ಲಿ,
ಅಮ್ಮಾ... ನಿನ್ನ ನಿರೀಕ್ಷೆಯಲ್ಲಿ,
ಎಂದು ಬರುವೆ ಎಂದು ಕಾಯುತ್ತಿದ್ದೆ
ಓ! ಅಗೋ ನೀನು ಬಂದೆ..

ಬಾಯಿಗೆ ಗುಟುಕು ನೀಡಿದೆ
ನನ್ನ ಮೈ ಸವರಿದೆ,
ಬೆಚ್ಚನೆಯ ಆಶ್ರಯವನ್ನಿತ್ತೆ
ಎಲ್ಲಿಯವರೆಗೋ ಈ ಅಕ್ಕರೆ?

ರೆಕ್ಕೆಯಿನ್ನು ಬಲಿತಿಲ್ಲ ಎನಗೆ
ಅದಕ್ಕೆಂದೆಯೇನು ನೀ
ಗುಟುಕು ನೀಡುವೆ?

ನಿನ್ನೊಂದಿಗೆ ಇರುವ
ಆಸೆ ಎನಗೆ
ಏಕೆ ನೀ ದೂಡುವೆ
ಗೂಡಿಂದ ಹೊರಗೆ?

ನಾ ಆಗಸದೆತ್ತರಕ್ಕೆ
ಹಾರುವ ಬಯಕೆಯೇ ನಿನಗೆ?
ನಾ ಗಿಡುಗದ ಪಾಲಾದರೆ

ಡಾ. ನಾಗಲಕ್ಷ್ಮಿ ಕೆ.ಪಿ.

ನೀ ಏನು ಮಾಡುವೆ?

ತಂಗಾಳಿಯಲ್ಲಿ ತೇಲುವ
ಆಸೆಯಿದೆ ಎನಗೆ ಆದರೆ,
ಆದರೆ, ಬಿರುಗಾಳಿ ಬೀಸಿದರೆ
ನಾ ನಲುಗಿ ಬಿಡುವೆ!

ವಾಸ್ತವ ಇದೇ ಅಲ್ಲವೇನಮ್ಮ?
ಆದರೂ ನೀ ಹೇಳುವೆ
'ಎಂದಿಗೂ ಬಿಡಬಾರದು ನಮ್ಮ ಹಾದಿ
ಹಾದಿ ಬಿಟ್ಟರೆ ನಮ್ಮ ಜೀವನ ಸಮಾಧಿ'

ಬಹಳ ಇಂಪಾಗಿದೆ
ನಿನ್ನ ಕಿವಿಮಾತು
ದ್ವಂದ್ವ ಮನದಿಂದಿರುವೆ
ನಾನು ಈ ಹೊತ್ತು

ಇರಲೆ ನಿನ್ನ ಬೆಳ್ಳಿಯಲ್ಲಿ
ನಿನ್ನ ನೆರಳಲಿನಲ್ಲಿ...
ಅಥವಾ, ಹಾರಿ ಹೋಗಲೆ
ನಾ ನವದಿಂಗತದೆಡೆಗೆ
ನಾ ಕಾಣದ ದಾರಿಯ ಕಡೆಗೆ?...

ಹಾರಲೇ ಬೇಕು
ನಾನು ಒಂದಲ್ಲ ಒಂದು ದಿನ...
ಭಾರವಾದರೂ ಈ ನನ್ನ ಮನ

ಇರಲಮ್ಮ ಕಿವಿಯಲ್ಲಿ
ನಿನ್ನ ಸವಿ ಮಾತು
ಕಣ್ಣ ತುಂಬಿರಲಿ
ಈ ನಿನ್ನ ಬಿಂಬ

ಹಾರುವೆ ನಾ ದೂರಕ್ಕೆ
ಹೊಸ ಗೂಡಿನೆಡೆಗೆ
ನವ ದಿಗಂತದ ಕಡೆಗೆ

ಇರಲಿ ಹೀಗೆಯೆ
ಈ ನಿನ್ನ ಅಕ್ಕರೆ
ದೂರವಿದ್ದರೂ ನಿನ್ನ ನೆನಪು
ಹಾಲು ಸಕ್ಕರೆ!

64. ಟೀಚರು

ನನಗೋ ಅರಳುಮರಳು
ಚಿಗುರಬೇಕು
ಕೊನರಿದಂತೆ ಕೊರಡು
ಮರಳಿ ಅರಳುವ ತವಕ
ತವಕ ನಿಜವಾಗುವುದೋ?
ತಿಳಿಯೇ ನಾ ಮಂಕ!
ಎಂದೆಂನುತ್ತಿದ್ದರು ನಮ್ಮ
ನಿವೃತ್ತಿಯಾಗುತ್ತಿದ್ದ ಟೀಚರು
ಅವರ ನೋಡಿ ನಮಗೆ ಮರುಕ!

65. ಕನಸು

ಕಮರಿದ ಕನಸುಗಳು
ಕುಡಿಯೊಡೆಯುತಿಹವು
ಕಲ್ಲಿನ ಮನಸುಗಳು
ಹಿಮವಾಗಿ ಕರಗುತಿಹವು
ಕಡಿದಾದ ಹಾದಿಯು
ಕೈ ಬೀಸಿ ಕರೆಯುತಿಹುದು
ದುಗುಡ ದೂರವಾಗಿಹುದು
ಧೈರ್ಯ ಜಯಗಳಿಸುತಲಿಹುದು
ಅವನ ಪದತಲದಲಿ
ಚಿಂತೆ ಚಿತೆ ಸೇರಿಹುದು

66. ಚಂದ್ರ

ನಿಶೆಯ ಬರುವಿಗೆ
ಶಶಿಯ ಉದಯಕೆ
ತಾರೆಗಳ ಸಾಕ್ಷಿ

ಆ ಕೊಳದಲಂದು
ಅರಳಿದಳು ನೈದಿಲೆ
ಚಂದ್ರಮನ ಚೆಲುವಿಗೆ
ಮನಸೋತು ನಿಂತಳು ಅಲ್ಲೇ

ಇಂದುವಿನ ಬಿಂಬ
ಹಬ್ಬಿತು ಕೊಳದ ತುಂಬ
ನಾಚಿ ನಿಂತ ನೈದಿಲೆಯ
ಒಡನಾಡಿಯಾದ ಸೋಮ!

67. ಭಾವ

ಮನಸಿನ ಭಾವಕ್ಕೆ
ನೂರಾರು ಬಣ್ಣ
ಬಣ್ಣ ಹಚ್ಚುವ ಕೆಲಸ
ಯಾವ ಕಲೆಗಾರನದೋ?
ರಾತ್ರಿ ಕನಸಲಿ ಚಂದ್ರನ
ತೋರುವ ಸರದಾರನದೋ?
ಕನಸುಗಾರನದೋ?
ಮಾಯಾಲೋಲನಾದೋ!

68. ಭೂತ

ಓ ಭೂತವೆ,
ಕಾಡದಿರು ನೀ
ಪೆಡಂಭೂತದಂತೆ
ಹಂಬಲವಿದೆ
ಭವಿಷ್ಯದ ಬರುವಿಗೆ

ಇಂದು ಮಾತ್ರವೆ ನನದು
ನಿನ್ನ ಮೊನ್ನೆಗಳ
ನಾಳೆ ನಾಳೆಗಳ
ಪಕ್ಕ ಲೆಕ್ಕಾಚಾರ
ಅವನಲಿ ಮಾತ್ರವೆ ಇಹುದು

ಅವನ ಪದ ಧೂಳಿಯಲಿ
ನಿನ್ನೆಗಳು ಅಳಿಯಲಿ
ನಾಳೆಗಳು ವರ ಪಡೆಯಲಿ

69. ಮೋಕ್ಷ

ಕೂಪದಲ್ಲಿಹ ಮಂಡೂಕ
ಲೋಕ ಜ್ಞಾನನವ ತಿಳಿದೀತೆ?

ಕಾಕ ಪಕ್ಷಿಯ ಕೂಗು
ಕೋಕಿಲದ ಗಾನವಾದೀತೆ?

ಶ್ವಾನ ತಾ ಸಿಂಹಾಸನವನ್ನೇರೆ
ಶೂರ ಸಿಂಹವಾದೀತೆ?

ಕಳ್ಳ ಗುಳ್ಳೆ ನರಿಯು
ಸತ್ಯ ಹೇಳೀತೆ?

ಒಳ್ಳೆಯತನವಿಲ್ಲದಿರೆ
ಮನುಜಗೆ, ತಾ ಮೋಕ್ಷ ಸಿಕ್ಕೀತೆ?

70. ಭ್ರಮರ

ಕಿರುನಗೆಯ ಬೀರಿದ
ಹೂಬನದ ಸುಮನಕ್ಕೆ
ಭ್ರಮರ ತಾ ಗುಂಯ್ಯುಟ್ಟಿ
ಹೀರಿತ್ತು ಮಧುವ

ಹನಿ ಹನಿಗೂಡಿಸಿ
ಹಳ್ಳ ಪಡೆಯುವುದ ಕಲಿಸಿತ್ತು
ಪರಿಶ್ರಮದ ಫಲ
ಅತಿ ಸಿಹಿ ಎಂದು ತಿಳಿಸಿತ್ತು

71. ಶ್ರೀ ರಾಮ

ಕೌಸಲ್ಯ ತನಯ
ಜಯ ಶ್ರೀ ರಾಮ
ಹನುಮನ ಹೃದಯದಿ
ನಿನದೆ ನಾಮ

ಜಾನಕಿ ಪ್ರಿಯ
ಜಯ ಜಯ ರಾಮ
ಬೇಡಿದ ಮನಕೆ
ನೀ ಆನಂದ ಧಾಮ

ಲಕ್ಷ್ಮಣ ಸೋದರ
ಅಹಲ್ಯೆಗೆ ಇತ್ತೆ ವರ
ದಶರಥ ಕುವರ
ದಶಾನನ ಸಂಹಾರ

೭೨. ಅಂತರಾತ್ಮ

ಒಮ್ಮೊಮ್ಮೆ
ಕಣ್ಣಿಗೆ ಕಾಣದ್ದು
ಕಣ್ಮುಚ್ಚಿದರೆ ಕಂಡೀತು

ಮನಸ್ಸಿನಾಳದ ಮಾತು
ಕಿವಿಗಡಚದಿದ್ದರು
ಒಳಗಿವಿಗೆ ಹತ್ತೀತು

ಹೊರಗಿನದು ಹೊರಗಿರಲಿ.
ಅಂತರಾತ್ಮದ ಭಾವ
ಅನಂತಕೆ ನಾಂದಿಯಾದೀತು!

73. ಪರಮಾತ್ಮ

ಆತ್ಮ ತಾ ಪರಮಾತ್ಮನಲಿ
ತಲ್ಲೀನನಾದೊಡೆ,
ವ್ಯಾಪಿಸಿಹ ಬಿರುಗಾಳಿಯಿಂ ದೂರ

ಸಾಸಿವೆ ಕಾಳಿನ ಬದುಕು
ಇನ್ನೇಕೆ ಅಹಂಭಾವ?

ನೀನೊಂದು
ಹುಲ್ಲಿನ ಬೀಸಣಿಗೆಯ
ಕಡ್ಡಿ ನೋಡ!

74. ಮರ್ಕಟ

ಮನಸ್ಸು ಸಿಂಗಳೀಕ
ಬಾವಿಯಲ್ಲಿರಲಾಗದ ಮಂಡೂಕ!

ಮಾರ್ಜಾಲಾ, ಮರ್ಕಟ
ಹಾರಿದಂತೆ ಕುಕ್ಕುಟ

ಇದಕಿಲ್ಲ ಅಂಕೆ
ತುಂಬಿಕೊಂಡಿಹುದು
ಬರಿಯ ಶಂಕೆ

ಚಿಂತೆಯ ಚಿತೆಗೆ
ಬೆಂಕಿಯಿಟ್ಟರೆ
ಹನುಮ ಸುಟ್ಟಂತೆ ಲಂಕೆ!

75. ಅರಿಕೆ

ಸಾವಿಲ್ಲದ ಮನೆಯ
ಸಾಸಿವೆ ತರಲಾದಳು ಆಕೆ
ಡೋಲಾಯಮಾನದ ಬದುಕಿದು
ಲೋಲಾಕ್ಷಿಯು ತಾ ಬಲ್ಲಳು

ಬೀಸಣಿಗೆ ಏಕೆಮಗೆ
ಚಳಿಗಾಲದಲಿ
ಸಾಸಿರ ನಾಮದ ಸವಿಯು
ಒಂದಿದ್ದರೆ ಸಾಕು
ಎಲ್ಲ ಕಾಲವೂ ಸುಖವು.

ಮುಂಬರುವ ಹಾದಿಯಲಿ
ಬೆಂಬಿಡದೆ ಕಾಯುವೆ ನೀನು
ಹಿಂದಿನದು ಹಿಂದಿಹುದು
ಬರೆ ಹಿಂಬಾಲಕ ನಾನು

ನಿನ್ನ ಹಿಂಬಾಲಿಸುವುದೆ
ಗುರಿಯು, ಕೈ ಹಿಡಿದು
ನಡೆಸೆನ್ನ ಶ್ರೀ ಪಾಂಡುರಂಗ

76. ಕಿರಿದು – ಹಿರಿದು

ಕಿರಿದಹುದು ಕಷ್ಟವು
ಅದ ಹಿರಿದು ಮಾಡಿದೆ ಮನವು
ಮರಳಿನ ಕಣವ
ಬಂಡೆ ಮಾಡುತಿದೆ!

ಹುಟ್ಟಿಸಿದವನಾತ
ಹುಲ್ಲನು ಮೇಯಿಸುವ,
ದಾರಿಹೋಕನಿಗೆ
ದಾರಿಯ ತೋರುವನು

ಪ್ರಶ್ನೆಗೊಂದು ಉತ್ತರದಂತೆ
ಪ್ರತಿ ತೊಂದರೆಗೆ ಇದೆ ಮದ್ದು
ಹುಡುಕಿದರೆ ಸಿಗಲಹುದು
ಸಂಯಮದಿ ವಿಚಾರಿಸಿ ನೋಡು

77. ಕುರುಡು ಮನ

ಅದು ಬೇಕು ಇದು ಬೇಕು
ಎನುತಲಿದೆ ಮನಸು
ಅರೆ ಕ್ಷಣದ ಆಕರ್ಷಣೆಗೆ
ಬಲಿಯಾದಂತೆ ದೀಪದ ಹುಳು!

ಕುರುಡು ಮನ
ದಾರಿ ಹುಡುಕುತಿದೆ
ತಡವರಿಸುತಲಿ
ಹೆಜ್ಜೆಯಿಡುತಲಿದೆ
ತಾ ಕಾಣದ ದಾರಿಯಲಿ

ಹೂವಿದೆಯೋ, ಮುಳ್ಳಿದೆಯೋ
ಕಾಣುವುದು ಹೇಗೆ
ಪಾದ ಸೋಕಿದರೇನೆ
ತಿಳಿಯುವುದು ತಾನೆ?

78. ಹಿಮ ಬಿಂದು

ಹಿಮ ಬಿಂದು ನಗುತಲಿದೆ
ಎಲೆ ಎಲೆಯಾ ಮೇಲೆ

ಮಂಜು ಮುಸಿಕಿದ ಮನಕೆ
ಇದು ಒಲವಿನಾ ಓಲೆ

ನಿಸರ್ಗವೇ ನಮ್ಮ ಪಾಠಶಾಲೆ
ಇದಕೆ ಶಿರವ ನಾ ಬಾಗಲೇ?

79. ಪಯಣ

ಉಸಿರು ನಾ
ಹೆಸರು ನೀ
ನಿನ್ನ ಹೆಸರು
ನನ್ನ ಕೊಸರು
ನಾನಿರೆ ಕಣ ಕಣದಿ
ನಿನಗೆ ಅದೇ
ಮರು ಕ್ಷಣ
ಹೀಗೆ ಸಾಗಲೀ ಪಯಣ
ಎಂದೆಂದೂ ಸುಮಧುರ.

೮೦. ಬೀಗ

ಕಾಡುವಾ ಮನದಿ
ಬೇಡು ಬಿಟ್ಟಿಹೆ ನೀನು

ನಿನ್ನ ನೆನಪಿನಾ ಸೂಡು
ಕಳಚಿದರೆ ಸಾಕು ನೋಡು

ಸಾಕು ಈ ಗೊಡವೆ
ಏನಿಲ್ಲಾ ನಮ್ಮ ನಡುವೆ

ಬಡವಿ ನಾ, ಭಂಡ ನೀ
ಗೊಡವೆ ಸಾಕು ಮಾಡು

ಕೈ ಮುಗಿದು ಬೇಡುವೆ
ತಡವರಿಸದೀಗ ನಾಲಿಗೆ

ನಿನ್ನ ಬಾಡಿಗೆಯು ಬೇಡ
ಈ ಕೂಡಲೆ ನೀನು
ಜಾಗ ಖಾಲಿ ಮಾಡು

ಮನಕೆ ಬೀಗ ಹಾಕುವೆನು!

81. ಕಷ್ಟ

ಕಷ್ಟ ಪಡುವೆನು ತಾ ಎಂದು
ತನ್ನಷ್ಟಕ್ಕೆ ಕೊರಗದಿರು
ನಷ್ಟವೆಂದೂ ಆಗದು
ತಾ ಪಟ್ಟ ಕಷ್ಟ!

ಬೇಸಿಗೆಯ ಬೇಗೆಯಲಿ
ಬೆಂದ ಇರುವೆಯು ತಾ
ನಿಷ್ಠೆಯಿಂದ ಕೂಡಿಸಿತು
ದವಸ- ಧಾನ್ಯ

ತಾ ಪಟ್ಟ ಅದೇ ಕಷ್ಟ
ಅನಾವೃಷ್ಟಿಯಾ ಕಾಲದಿ
ಅನಾವರಣವಾಯಿತು
ಧಾನ್ಯದಾ ರೂಪದಿ,
ಇರುವೆಯ ಹೊಟ್ಟೆ ತುಂಬಿಸುತ!

82. ದೀಪಾವಳಿ

ನೀನೇಕೆ ಸುಮ್ಮನಿಹೆ
ಓ! ಮನವೇ?
ದೀಪಾವಳಿಯಿಂದು.

ಪಟಾಕಿಯಬ್ಬರದಿ
ಕೇಳದಾಗಿದೆ ನಿನ್ನ ನುಡಿ,
ನೀ ಸುಮ್ಮನಿದ್ದರೂ
ನಾ ಸುಮ್ಮನಾಗೆನು.

ದೀಪಾವಳಿಯಿಂದು,
ತುಮುಲವ ತೊಡೆದು,
ನವ ದಿಗಂತದೆಡೆಗೆ
ಸಾಗುವ ಬಾ
ಜ್ಯೋತಿ ಬೆಳಗುತಲಿ.

83. ಇನಿಯ

ಮರೆತು ಬಿಡುವೇ ಜಗವ
ಇನಿಯಾ ನೀನಿರೇ ಸನಿಹ!

ನನ್ನಿಷ್ಟ ನಿನ್ನಿಷ್ಟವಲ್ಲ,
ನಮ್ಮಿಷ್ಟವಾಗಬೇಕಿದೆ ಜೀವನ

ನಿಷ್ಠೆಯಿಂದ,
ದುಷ್ಟತನವನು ಮೀರಿ
ದಿಟ್ಟತನದೀ ಸೇರಿ
ಸಂತುಷ್ಟವಾಗಲೀ ಬಾಳ್ತೆ
ಮಾದರಿ ನಾವು ನಾಳ್ಗೆ!

84. ಗಡಿಬಿಡಿ

ಗಡಿಬಿಡಿ ಅವಸರವೇಕೆ?
ಗಡಿಬಿಡಿಯಾ ನಡೆಯೇಕೆ?
ಸಿಡಿಮಿಡಿಯಾ ಮುಖದೋರೆ
ಮನಕೆ ಸಿಡಿಲು ಬಡಿದಂತೆ

ತನ್ನೊಳಗಿನಾ ಕಿಚ್ಚು
ಸುಡುವ ಜ್ವಾಲೆಯಾಗದೆ?
ಅದೇ ಕಿಚ್ಚು ಹಚ್ಚಿದರೆ
ಬೆಂಕಿಯಾಗದೇ?

ಸುಡು ಬೆಂಕಿ ಸುಟ್ಟರೆ
ಮನೆ ಬೂದಿ ಆಗದೆ?
ಅದೆ ಕಿಡಿಯ ಹಚ್ಚಿದರೆ
ದೀಪ ತಾ ಉರಿಯದೇ?
ತಾ ಉರಿದು ಜಗವ ಬೆಳಗದೆ?

ಜಗ ಬೆಳಗುವಾ ನಾವು
ದೀಪವಾಗಿ, ಕಿಚ್ಚು ಹಚ್ಚುವ
ಕಿಡಿಯ ತೊಡೆದು.

85. ಮನದ ಮಾಳಿಗೆ

ಮಣ ಭಾರದ
ಹೊಣೆ ಹೊತ್ತು
ಮನೆ- ಮನ
ಅಲೆಯೋದ್ಯಾಯೋ?

ಸೋರುತಿಹ
ಮನದ ಮಾಳಿಗೆ
ದುರಸ್ತಿಗೊಳಿಸೋ
ಅದು ಸಾಕು!

86. ನಿರ್ವಾತ

ಏಕೋ ಇಂದು,
ಮನಸ್ಸಾಗಿದೆ ನಿರ್ವಾತ
ಎಲ್ಲವನು ತನ್ನತ್ತ ಸೆಳೆದು
ಏನನ್ನೂ ಹೊರ ಬಿಡದೆ,
ಕಪ್ಪು ಕುಳಿಯಂತೆ!

ಕಪ್ಪು ಕುಳಿಯಾದರು,
ಅದು ನಕ್ಷತ್ರಗಳ ರುಧ್ರಭೂಮಿ!
ಹಲವಾರು ಮಿನುಗು ತಾರೆ
ಕೊನೆಗೆ ಸೇರುವುದು
ಅದೇ ಭೂಮಿ!

87. ಇರುವೆ

ಕಾಲ್ನಡಿಗೆಯಲೆ
ನಾ ಸಾಗುತ್ತಿರುವೆ
ಸಾಲಾಗಿ ಶಿಸ್ತಿನ ಸಿಪಾಯಿಯಂತೆ.

ಅಡ್ಡಲಾಗಿ ದೊಡ್ಡದೇನೆ ಬಂದರೂ
ನಿಲ್ಲದು ನನ್ನ ಕೆಲಸ
ಗಡಿಯಾರದ ಮುಳ್ಳಿನಂತೆ !

ಒಂದೊಮ್ಮೆ ಅದು ನಿಂತರೂ
ನಾ ನಿಲ್ಲೆನು, ಬೇಸಿಗೆಯ ಬೇಗೆಗೆ
ನಾ ಜಗ್ಗಲೊಲ್ಲೆ!

ಮಳೆಗಾಲ ತಾ
ಬಂದೇ ಬಂದೀತು,
ಅದಕ್ಕೆಂದೇ ನಾ ನನ್ನಾಹಾರ
ಇಂದೇ ಸಂರಕ್ಷಿಸಿರುವೆ!

88. ಮನುಜ

ಭ್ರಮರ ಹೊರಟಿತ್ತು
ಪರಾಗ ಸ್ಪರ್ಶಿಸುತ,
ಭೂಮಿ ಹಸಿರುಗೊಳಿಸಿತ್ತು.

ಮನುಜ ಹೊರಟಿದ್ದ
ಅದೇ ಮರವ ಕಡಿಯುತ್ತ
ಬೆಂಕಿ ಪಂಜು ಮಾಡಿ
ಜೇನಿನ ಗೂಡು ಕಸಿಯುತ್ತ!

89. ಬೆಲೆ

ಬರೆಯಲಾರೆ
ಕವನದ ಸರಮಾಲೆ
ಅವರಿವರಿಗೆಂದು

ಮನದ ಭಾವರಸ
ಹೊಳೆಯಾಗಿ ಹರಿದರೆ ತಾನೆ
ಕಾವ್ಯದ ಉಗಮ

ಭಾವನೆಯ ಹುದುಗಿಸಿ
ಪದಮಾಲೆ ಕಟ್ಟೆಂದರೆ
ಬರಿ ಪೊಳ್ಳು ಧನಿ
ಮಾರ್ಧನಿಸೀತು

ಕಾವ್ಯದ ಉಗಮಕ್ಕ
ಕಾಲಾವಕಾಶ ಬೇಕು
ಬರಿ ಪೊಳ್ಳು ಧನಿಯಾಗಲಾರೆ
ಭಾವಕ್ಕ ಬೆಲೆ ಬೇಕು!

ಸಮಾಪ್ತಿ

ಮನದ ಮರೀಚಿಕೆಯ
ಚೆನ್ನ ಹತ್ತಿ,
ಸಾಗುತಿದೆ ಈ ಪಯಣ
ಬ್ರಹ್ಮಾಂಡ ಸುತ್ತಿ!
ಅದು ಒಳಗೋ, ಹೊರಗೋ
ಪ್ರಶ್ನೆಯೊಂದು ಮೂಡಿಹುದು!
ಈ ಒಗಟ ತಿರುಳೊಡೆದು
ಬರಬೇಕು ಉತ್ತರವೊಂದು
ಕಾಯಲು ದೊರೆಯಿತೆ ಫಲವು?
ಆ ಬ್ರಹ್ಮಾಂಡದ ನಿಲುವು?!